KINH
PHỔ MÔN

KINH PHỔ MÔN

NGUYỄN MINH TIẾN *Việt dịch và chú giải*

Copyright © 2019 by UBP (United Buddhist Publisher)

ISBN-13: 978-1-0919-3804-5
ISBN-10: 1-0919-3804-0

Bản quyền thuộc về dịch giả và Nhà xuất bản Liên Phật Hội. Hoan nghênh phổ biến nhưng vui lòng không tùy tiện chỉnh sửa hoặc thay đổi, thêm bớt nội dung.

KINH PHỔ MÔN

DIỆU PHÁP LIÊN HOA KINH
QUÁN THẾ ÂM BỒ TÁT PHỔ MÔN PHẨM

DAO TẦN TAM TẠNG PHÁP SƯ CƯU-MA-LA-THẬP
PHỤNG CHIẾU DỊCH

NGUYỄN MINH TIẾN Việt dịch và chú giải

UNITED BUDDHIST PUBLISHER
NHÀ XUẤT BẢN LIÊN PHẬT HỘI

NỘI DUNG

NGHI THỨC KHAI KINH 5

PHẦN DỊCH ÂM 13

PHẦN DỊCH NGHĨA 39

NGHI THỨC KHAI KINH

(Phần nghi thức này không thuộc Kinh văn nhưng cần tụng niệm trước để tâm thức được an tịnh trước khi đi vào tụng đọc Kinh văn)

NIÊM HƯƠNG

(Thắp đèn đốt hương trầm, đứng ngay ngắn chắp tay ngang ngực thầm niệm theo nghi thức dưới đây.)

**Tịnh pháp giới chân ngôn:
Án lam tóa ha.**

(3 lần)

**Tịnh tam nghiệp chân ngôn:
Án ta phạ bà phạ, thuật đà ta phạ, đạt ma ta phạ, bà phạ thuật độ hám.**

(3 lần)

(Chủ lễ thắp 3 cây hương, quỳ ngay ngắn nâng hương lên ngang trán niệm bài Cúng hương sau đây.)

CÚNG HƯƠNG TÁN PHẬT

Nguyện thử diệu hương vân,
Biến mãn thập phương giới.
Cúng dường nhất thiết Phật,
Tôn Pháp, chư Bồ Tát,
Vô biên Thanh văn chúng,
Cập nhất thiết thánh hiền.
Duyên khởi quang minh đài,
Xứng tánh tác Phật sự.
Phổ huân chư chúng sanh,
Giai phát Bồ-đề tâm,
Viễn ly chư vọng nghiệp,
Viên thành vô thượng đạo.

(Chủ lễ xá 3 xá rồi đọc bài Kỳ nguyện dưới đây.)

KỲ NGUYỆN

Tư thời đệ tử chúng đẳng phúng tụng kinh chú, xưng tán hồng danh, tập thử công đức, nguyện thập phương thường trú Tam bảo, Bổn sư Thích-ca Mâu-ni Phật, Tiếp

Dẫn Đạo Sư A-di-đà Phật... từ bi gia hộ đệ tử... ..... Pháp danh... ..... phiền não đoạn diệt, nghiệp chướng tiêu trừ, thường hoạch kiết tường, vĩnh ly khổ ách. Phổ nguyện âm siêu dương thới, hải yến hà thanh, pháp giới chúng sanh tề thành Phật đạo.

(Cắm hương ngay ngắn vào lư hương rồi đứng thẳng chắp tay niệm bài Tán Phật sau đây.)

TÁN PHẬT

Pháp vương vô thượng tôn,
Tam giới vô luân thất.
Thiên nhân chi Đạo sư,
Tứ sanh chi từ phụ.
Ư nhất niệm quy y,
Năng diệt tam kỳ nghiệp.
Xưng dương nhược tán thán,
Ức kiếp mạc năng tận.

QUÁN TƯỞNG

Năng lễ sở lễ tánh không tịch,

Cảm ứng đạo giao nan tư nghì.

Ngã thử đạo tràng như đế châu,

Thập phương chư Phật ảnh hiện trung.

Ngã thân ảnh hiện chư Phật tiền,

Đầu diện tiếp túc quy mạng lễ.

Chí tâm đảnh lễ: Nam-mô tận hư không biến pháp giới quá, hiện, vị lai thập phương chư Phật, Tôn pháp, Hiền thánh tăng thường trú Tam bảo.

(1 lạy)

Chí tâm đảnh lễ: Nam-mô Ta-bà Giáo chủ Bổn sư Thích-ca Mâu-ni Phật, Đương lai hạ sanh Di-lặc Tôn Phật, Đại trí Văn-thù-sư-lợi Bồ Tát, Đại hạnh Phổ Hiền Bồ Tát,

Hộ Pháp Chư Tôn Bồ Tát, Linh Sơn Hội Thượng Phật Bồ Tát.

(1 lạy)

Chí tâm đảnh lễ: Nam-mô Tây phương Cực Lạc Thế giới Đại từ Đại bi A-di-đà Phật, Đại bi Quán Thế Âm Bồ Tát, Đại Thế Chí Bồ Tát, Đại nguyện Địa Tạng Vương Bồ Tát, Thanh Tịnh Đại Hải Chúng Bồ Tát.

(1 lạy)

(Từ đây bắt đầu khai chuông mõ, đại chúng đồng tụng.)

TÁN HƯƠNG

Lư hương xạ nhiệt,
Pháp giới mông huân,
Chư Phật hải hội tất diêu văn,
Tùy xứ kiết tường vân,
Thành ý phương ân,
Chư Phật hiện toàn thân.

Nam-mô Hương Vân Cái Bồ Tát Ma-ha-tát.

(3 lần)

CHÚ ĐẠI BI

Nam-mô Đại Bi Hội Thượng Phật Bồ Tát.

(3 lần)

Thiên thủ thiên nhãn vô ngại đại bi tâm đà-la-ni.

Nam mô hắc ra đát na đa ra dạ da. Nam mô a rị da, bà lô yết đế, thước bát ra da, bồ đề tát đỏa bà da, ma ha tát đỏa bà da, ma ha ca lô ni ca da. Án, tát bàn ra phạt duệ, số đát na đát tỏa.

Nam mô tất kiết lật đỏa y mông, a rị da bà lô kiết đế, thất phật ra lăng đà bà.

Nam mô na ra cẩn trì hê rị, ma ha bàn đa sa mế, tát bà a tha đậu du bằng, a thệ dựng, tát bà tát đa, na ma bà dà, ma phạt đạt đậu, đát điệt tha. Án a bà lô hê, lô ca đế, ca ra đế, di hê rị, ma ha bồ đề tát đỏa, tát bà tát bà, ma ra ma ra, ma hê ma hê, rị đà dựng cu lô cu lô, kiết mông độ lô độ lô, phạt xà da đế, ma ha phạt xà da đế, đà ra đà ra, địa rị ni, thất Phật ra da, dá ra dá ra. Mạ mạ phạt ma ra, mục đế lệ, y hê y hê, thất na thất na, a ra sâm Phật ra xá lợi, phạt sa phạt sâm, Phật ra xá da, hô lô hô lô ma ra, hô lô hô lô hê rị, ta ra ta ra, tất rị tất rị, tô rô tô rô, bồ đề dạ bồ đề dạ, bồ đà dạ bồ đà dạ, di đế rị dạ, na ra cẩn trì địa rị sắc ni na, ba dạ ma na, ta bà ha. Tất đà dạ, ta bà ha. Ma ha tất đà dạ ta bà ha. Tất đà du nghệ, thất bàn ra dạ, ta bà ha. Na ra cẩn trì, ta bà ha. Ma ra na ra, ta bà ha. Tất ra tăng a mục khê da, ta bà ha. Ta bà ma ha, a tất đà dạ, ta bà ha. Giả kiết ra a tất đà dạ, ta bà ha. Ba đà ma yết, tất đà dạ, ta bà ha. Na ra cẩn trì bàn đà ra dạ, ta bà ha. Ma bà ly thắng yết ra dạ, ta bà ha.

Nam mô hắc ra đát na đa ra dạ da. Nam mô a rị da bà lô yết đế, thước bàn ra dạ, ta bà ha.

Án tất điện đô, mạn đa ra, bạt đà dạ, ta bà ha. *(3 lần)*

Nam-mô Bổn sư Thích-ca Mâu-ni Phật.

(3 lần)

KHAI KINH KỆ

Vô thượng thậm thâm vi diệu pháp,
Bá thiên vạn kiếp nan tao ngộ,
Ngã kim kiến văn đắc thọ trì,
Nguyện giải Như Lai chân thật nghĩa.

Nam-mô Liên Trì Hải Hội Phật Bồ Tát.

(3 lần)

PHẦN DỊCH ÂM
DIỆU PHÁP LIÊN HOA KINH

QUÁN THẾ ÂM BỒ TÁT PHỔ MÔN PHẨM

(Dao Tần Tam Tạng Pháp Sư Cưu-ma-la-thập phụng chiếu dịch)

Nhĩ thời, Vô Tận Ý Bồ Tát tức tùng tọa khởi, thiên đản hữu kiên, hiệp chưởng hướng Phật, nhi tác thị ngôn: "Thế Tôn! Quán Thế Âm Bồ Tát, dĩ hà nhân duyên, danh Quán Thế Âm?"

Phật cáo Vô Tận Ý Bồ Tát: "Thiện nam tử! Nhược hữu vô lượng bá thiên vạn ức chúng sanh thọ chư khổ não, văn thị Quán Thế Âm Bồ Tát, nhất tâm xưng danh, Quán Thế Âm Bồ Tát tức thời quán kỳ âm thanh, giai đắc giải thoát.

"Nhược hữu trì thị Quán Thế Âm Bồ Tát danh giả, thiết nhập đại hỏa, hỏa bất năng thiêu. Do thị Bồ Tát oai thần lực cố.

"Nhược vi đại thủy sở phiêu, xưng kỳ danh hiệu, tức đắc thiển xứ.

"Nhược hữu bá thiên vạn ức chúng sanh, vị cầu kim ngân, lưu ly, xa cừ, mã não, san hô, hổ phách, chân châu đẳng bảo... nhập ư đại hải. Giả sử hắc phong xuy kỳ thuyền phảng phiêu đọa La-sát quỷ quốc.

"Kỳ trung nhược hữu nãi chí nhất nhân xưng Quán Thế Âm Bồ Tát danh giả, thị chư nhân đẳng giai đắc giải thoát la-sát chi nạn. Dĩ thị nhân duyên, danh Quán Thế Âm.

"Nhược phục hữu nhân lâm đương bị hại, xưng Quán Thế Âm Bồ Tát danh giả, bỉ sở chấp đao trượng tầm đoạn đoạn hoại, nhi đắc giải thoát.

"Nhược tam thiên đại thiên quốc độ mãn trung dạ-xoa, la-sát, dục lai não nhân, văn kỳ xưng Quán Thế Âm Bồ Tát danh giả, thị chư ác quỷ thượng bất năng dĩ ác nhãn thị chi, huống phục gia hại?

"Thiết phục hữu nhân, nhược hữu tội, nhược vô tội, sửu giới già tỏa, kiểm hệ kỳ thân, xưng Quán Thế Âm Bồ Tát danh giả, giai tất đoạn hoại, tức đắc giải thoát.

"Nhược tam thiên đại thiên quốc độ, mãn trung oán tặc, hữu nhất thương chủ tương chư thương nhân, tê trì trọng bảo, kinh quá hiểm lộ. Kỳ trung nhất nhân tác thị xướng ngôn: 'Chư thiện nam tử! Vật đắc khủng bố. Nhữ đẳng ưng đương nhất tâm xưng Quán Thế Âm Bồ Tát danh hiệu. Thị Bồ Tát năng dĩ vô uý thí ư chúng sanh. Nhữ đẳng nhược xưng danh giả, ư thử oán tặc, đương đắc giải thoát.'

"Chúng thương nhân văn câu phát thanh ngôn: Nam mô Quán Thế Âm Bồ Tát. Xưng kỳ danh cố, tức đắc giải thoát.

"Vô Tận Ý! Quán Thế Âm Bồ Tát Ma-ha-tát oai thần chi lực, nguy nguy như thị.

"Nhược hữu chúng sanh đa ư dâm dục, thường niệm cung kính Quán Thế Âm Bồ Tát, tiện đắc ly dục. Nhược đa sân nhuế, thường niệm cung kính Quán Thế Âm Bồ Tát tiện đắc ly sân. Nhược đa ngu si, thường niệm cung kính Quán Thế Âm Bồ Tát tiện đắc ly si.

"Vô Tận Ý! Quán Thế Âm Bồ Tát hữu như thị đẳng đại oai thần lực, đa sở nhiêu ích. Thị cố chúng sanh thường ưng tâm niệm.

PHẦN DỊCH ÂM

"Nhược hữu nữ nhân thiết dục cầu nam, lễ bái cúng dường Quán Thế Âm Bồ Tát, tiện sanh phước đức trí huệ chi nam. Thiết dục cầu nữ, tiện sanh đoan chánh hữu tướng chi nữ, túc thực đức bổn, chúng nhân ái kính.

"Vô Tận Ý! Quán Thế Âm Bồ Tát hữu như thị lực. Nhược hữu chúng sanh cung kính lễ bái Quán Thế Âm Bồ Tát, phước bất đường quyên. Thị cố chúng sanh giai ưng thọ trì Quán Thế Âm Bồ Tát danh hiệu.

"Vô Tận Ý! Nhược hữu nhân thọ trì lục thập nhị ức Hằng hà sa Bồ Tát danh tự, phục tận hình cúng dường ẩm thực, y phục, ngọa cụ, y dược. Ư nhữ ý vân hà? Thị thiện nam tử, thiện nữ nhân công đức đa phủ?"

Vô Tận Ý ngôn: "Thậm đa, Thế Tôn."

Phật ngôn: "Nhược phục hữu nhân thọ trì Quán Thế Âm Bồ Tát danh hiệu, nãi chí nhất thời lễ bái cúng dường, thị nhị nhân phước, chánh đẳng vô dị, ư bá thiên vạn ức kiếp, bất khả cùng tận.

"Vô Tận Ý! Thọ trì Quán Thế Âm Bồ Tát danh hiệu, đắc như thị vô lượng vô biên phước đức chi lợi."

Vô Tận Ý Bồ Tát bạch Phật ngôn: "Thế Tôn! Quán Thế Âm Bồ Tát vân hà du thử Ta-bà thế giới? Vân hà nhi vị chúng sanh thuyết pháp? Phương tiện chi lực, kỳ sự vân hà?"

Phật cáo Vô Tận Ý Bồ Tát: "Thiện nam tử! Nhược hữu quốc độ, chúng sanh ưng dĩ Phật thân đắc độ giả, Quán Thế Âm Bồ Tát tức hiện Phật thân nhi vị thuyết pháp.

PHẦN DỊCH ÂM

"Ưng dĩ Bích-chi Phật thân đắc độ giả, tức hiện Bích-chi Phật thân nhi vị thuyết pháp.

"Ưng dĩ Thanh văn thân đắc độ giả, tức hiện Thanh văn thân nhi vị thuyết pháp.

"Ưng dĩ Phạm vương thân đắc độ giả, tức hiện Phạm vương thân nhi vị thuyết pháp.

"Ưng dĩ Đế-thích thân đắc độ giả, tức hiện Đế-thích thân nhi vị thuyết pháp.

"Ưng dĩ Tự tại thiên thân đắc độ giả, tức hiện Tự tại thiên thân nhi vị thuyết pháp.

"Ưng dĩ Đại tự tại thiên thân đắc độ giả, tức hiện Đại tự tại thiên thân nhi vị thuyết pháp.

"Ưng dĩ Thiên đại tướng quân thân đắc độ giả, tức hiện Thiên đại tướng quân thân nhi vị thuyết pháp.

"Ưng dĩ Tỳ-sa-môn thân đắc độ giả, tức hiện Tỳ-sa-môn thân nhi vị thuyết pháp.

"Ưng dĩ tiểu vương thân đắc độ giả, tức hiện tiểu vương thân nhi vị thuyết pháp.

"Ưng dĩ trưởng giả thân đắc độ giả, tức hiện trưởng giả thân nhi vị thuyết pháp.

"Ưng dĩ cư sĩ thân đắc độ giả, tức hiện cư sĩ thân nhi vị thuyết pháp.

"Ưng dĩ tể quan thân đắc độ giả, tức hiện tể quan thân nhi vị thuyết pháp.

"Ưng dĩ bà-la-môn thân đắc độ giả, tức hiện bà-la-môn thân nhi vị thuyết pháp.

"Ưng dĩ tỳ-kheo, tỳ-kheo ni, ưu-bà-tắc, ưu-bà-di thân đắc độ giả, tức hiện tỳ-kheo, tỳ-kheo ni, ưu-bà-tắc, ưu-bà-di thân nhi vị thuyết pháp.

"Ưng dĩ trưởng giả, cư sĩ, tể quan, bà-la-môn phụ nữ thân đắc độ giả, tức hiện phụ nữ thân nhi vị thuyết pháp.

"Ưng dĩ đồng nam, đồng nữ thân đắc độ giả, tức hiện đồng nam, đồng nữ thân nhi vị thuyết pháp.

"Ưng dĩ thiên, long, dạ-xoa, càn-thát-bà, a-tu-la, ca-lầu-la, khẩn-na-la, ma-hầu-la-già, nhân, phi nhân đẳng thân đắc độ giả, tức giai hiện chi nhi vị thuyết pháp.

"Ưng dĩ Chấp kim cang thần thân đắc độ giả, tức hiện Chấp kim cang thần thân nhi vị thuyết pháp.

"Vô Tận Ý! Thị Quán Thế Âm Bồ Tát thành tựu như thị công đức, dĩ chủng chủng hình du chư quốc độ, độ thoát chúng sanh. Thị cố nhữ đẳng ưng đương nhất tâm cúng dường Quán Thế Âm Bồ Tát.

"Thị Quán Thế Âm Bồ Tát ma-ha-tát, ư bố úy cấp nạn chi trung, năng thí vô úy. Thị cố thử Ta-bà thế giới giai hiệu chi vi Thí vô úy giả."

Vô Tận Ý Bồ Tát bạch Phật ngôn: "Thế Tôn! Ngã kim đương cúng dường Quán Thế Âm Bồ Tát." Tức giải cảnh chúng bảo châu anh lạc, giá trị bá thiên lượng kim, nhi dĩ dữ chi, tác thị ngôn: "Nhân giả! Thọ thử pháp thí trân bảo anh lạc."

Thời Quán Thế Âm Bồ Tát bất khẳng thọ chi.

Vô Tận Ý phục bạch Quán Thế Âm Bồ Tát ngôn: "Nhân giả! Mẫn ngã đẳng cố thọ thử anh lạc."

Nhĩ thời, Phật cáo Quán Thế Âm Bồ Tát: "Đương mẫn thử Vô Tận Ý Bồ Tát cập tứ chúng, thiên, long, dạ-xoa, càn-thát-bà, a-tu-la, ca-lầu-la, khẩn-na-la, ma-hầu-la-già, nhân, phi nhân đẳng cố, thọ thị anh lạc."

Tức thời, Quán Thế Âm Bồ Tát mẫn chư tứ chúng cập ư thiên, long, nhân, phi nhân đẳng, thọ kỳ anh lạc, phân tác nhị phần: nhất phần phụng Thích-ca Mâu-ni Phật, nhất phần phụng Đa Bảo Phật tháp.

"Vô Tận Ý! Quán Thế Âm Bồ Tát hữu như thị tự tại thần lực, du ư Ta-bà thế giới."

Nhĩ thời, Vô Tận Ý Bồ Tát dĩ kệ vấn viết:

"Thế Tôn diệu tướng cụ,
Ngã kim trùng vấn bỉ
Phật tử hà nhân duyên,
Danh vi Quán Thế Âm?"

Cụ túc Diệu Tướng Tôn
Kệ đáp Vô Tận Ý:

"Nhữ thính Quán Âm hạnh,
Thiện ứng chư phương sở,
Hoằng thệ thâm như hải,
Lịch kiếp bất tư nghị.
Thị đa thiên ức Phật,
Phát đại thanh tịnh nguyện.

Ngã vị nhữ lược thuyết:
Văn danh cập kiến thân,
Tâm niệm bất không quá.
Năng diệt chư hữu khổ.

Giả sử hưng hại ý,
Thôi lạc đại hỏa khanh.
Niệm bỉ Quán Âm lực
Hỏa khanh biến thành trì.

Hoặc phiêu lưu cự hải,
Long ngư chư quỷ nạn.

PHẦN DỊCH ÂM

Niệm bỉ Quán Âm lực,
Ba lãng bất năng một.

Hoặc tại Tu-di phong
Vi nhân sở thôi đọa.
Niệm bỉ Quán Âm lực,
Như nhật hư không trụ.

Hoặc bị ác nhân trục,
Đọa lạc Kim cang sơn.
Niệm bỉ Quán Âm lực,
Bất năng tổn nhất mao.

Hoặc bị oán tặc nhiễu,
Các chấp đao gia hại.
Niệm bỉ Quán Âm lực,
Hàm tức khởi từ tâm.

Hoặc tao vương nạn khổ,
Lâm hình dục thọ chung,
Niệm bỉ Quán Âm lực,
Đao tầm đoạn đoạn hoại.

Hoặc tù cấm già tỏa,
Thủ túc bị sửu giới.
Niệm bỉ Quán Âm lực,
Thích nhiên đắc giải thoát.

Chú trớ chư độc dược,
Sở dục hại thân giả;
Niệm bỉ Quán Âm lực,
Hoàn trước ư bổn nhân.

Hoặc ngộ ác La-sát,
Độc long chư quỷ đẳng.
Niệm bỉ Quán Âm lực,
Thời tất bất cảm hại.

Nhược ác thú vi nhiễu,
Lợi nha trảo khả bố.
Niệm bỉ Quán Âm lực,
Tật tẩu vô biên phương.

Ngoan xà cập phúc yết,
Khí độc yên hỏa nhiên.

Niệm bỉ Quán Âm lực,
Tầm thanh tự hồi khứ.

Vân lôi cổ xiết điện,
Giáng bạc chú đại vũ.
Niệm bỉ Quán Âm lực,
Ứng thời đắc tiêu tán.

Chúng sanh bị khổn ách,
Vô lượng khổ bức thân.
Quán Âm diệu trí lực,
Năng cứu thế gian khổ.

Cụ túc thần thông lực,
Quảng tu trí phương tiện.
Thập phương chư quốc độ,
Vô sát bất hiện thân.

Chủng chủng chư ác thú,
Địa ngục, quỷ, súc sanh.
Sanh, lão, bệnh, tử khổ,
Dĩ tiệm tất linh diệt.

Chân quán, Thanh tịnh quán,
Quảng đại trí huệ quán,
Bi quán cập Từ quán,
Thường nguyện thường chiêm ngưỡng.

Vô cấu thanh tịnh quang,
Huệ nhật phá chư ám.
Năng phục tai phong hỏa
Phổ minh chiếu thế gian.

Bi thể giới lôi chấn,
Từ ý diệu đại vân,
Chú cam lộ pháp vũ,
Diệt trừ phiền não diệm.

Tránh tụng kinh quan xứ,
Bố úy quân trận trung,
Niệm bỉ Quán Âm lực,
Chúng oán tất thối tán.

Diệu âm, quán thế âm,
Phạm âm, hải triều âm,

Thắng bỉ thế gian âm,
Thị cố tu thường niệm.

Niệm niệm vật sanh nghi.
Quán Thế Âm tịnh thánh,
Ư khổ não, tử ách,
Năng vi tác y hỗ.

Cụ nhất thiết công đức,
Từ nhãn thị chúng sanh;
Phước tụ hải vô lượng,
Thị cố ưng đảnh lễ."

Nhĩ thời, Trì Địa Bồ Tát tức tùng tòa khởi, tiền bạch Phật ngôn: "Thế Tôn! Nhược hữu chúng sanh văn thị Quán Thế Âm Bồ Tát phẩm tự tại chi nghiệp, phổ môn thị hiện thần thông lực giả, đương tri thị nhân công đức bất thiểu."

Phật thuyết thị Phổ Môn phẩm thời, chúng trung bát vạn tứ thiên chúng sanh, giai phát vô đẳng đẳng A-nậu-đa-la Tam-miệu Tam-bồ-đề tâm.

DIỆU PHÁP LIÊN HOA KINH
QUÁN THẾ ÂM BỒ TÁT
PHỔ MÔN PHẨM
CHUNG

(Kinh văn đến đây là hết, phần nghi thức kết thúc và hồi hướng người tụng có thể tùy chọn, hoặc thực hành theo như dưới đây.)

PHẦN DỊCH ÂM

LỤC TỰ ĐẠI MINH CHƠN NGÔN

Án ma ni bát di hồng!

(3 lần)

PHỔ MÔN TÁN

Phổ môn thị hiện

Cứu khổ tầm thanh,

Từ bi thuyết pháp độ mê tân,

Phó cảm ứng tùy hình,

Tứ hải thanh ninh.

Bát nạn vĩnh vô xâm.

THẬP NHỊ ĐẠI NGUYỆN

1. Nam mô hiệu viên thông danh tự tại Quán Âm Như Lai quảng phát hoằng thệ nguyện. *(1 lạy)*

2. Nam mô nhất niệm tâm vô quái ngại Quán Âm Như Lai thường cư Nam hải nguyện. *(1 lạy)*

3. Nam mô trụ Ta-bà u minh giới Quán Âm Như Lai tầm thanh cứu khổ nguyện. *(1 lạy)*

4. Nam mô hàng tà ma trừ yêu quái Quán Âm Như Lai, năng trừ nguy hiểm nguyện. *(1 lạy)*

5. Nam mô thanh tịnh bình thùy dương liễu Quán Âm Như Lai cam lộ sái tâm nguyện. *(1 lạy)*

6. Nam mô đại từ bi năng hỷ xả Quán Âm Như Lai thường hành bình đẳng nguyện. *(1 lạy)*

7. Nam mô trú dạ tầm vô tổn hại Quán Âm Như Lai thệ diệt tam đồ nguyện. *(1 lạy)*

8. Nam mô vọng nam nham cần lễ bái Quán Âm Như Lai già tỏa giải thoát nguyện. *(1 lạy)*

9. Nam mô tạo pháp thuyền du khổ hải Quán Âm Như Lai độ tận chúng sanh nguyện. *(1 lạy)*

10. Nam mô tiền tràng phan hậu bảo cái Quán Âm Như Lai tiếp dẫn Tây phương nguyện. *(1 lạy)*

11. Nam mô Vô Lượng Thọ Phật cảnh giới Quán Âm Như Lai Di-đà thọ ký nguyện. *(1 lạy)*

12. Nam mô đoan nghiêm thân vô tỷ tái Quán Âm Như Lai quả tu thập nhị nguyện. *(1 lạy)*

CỬ TÁN

Quán Âm Đại Sĩ

Phổ hiệu Viên Thông,

Thập nhị đại nguyện thệ hoằng thâm,

Khổ hải phiếm từ phong

Phổ tế tâm dung

Sát sát hiện vô cùng.

Nam mô Thánh Quán Tự Tại Bồ Tát Ma-ha-tát. *(3 lần)*

MA-HA BÁT-NHÃ BA-LA-MẬT-ĐA TÂM KINH

Quán Tự Tại Bồ Tát hành thâm Bát-nhã ba-la-mật-đa thời chiếu kiến ngũ uẩn giai không, độ nhất thiết khổ ách.

Xá-lợi tử! Sắc bất dị không, không bất dị sắc; sắc tức thị không, không tức thị sắc. Thọ, tưởng, hành, thức diệc phục như thị.

Xá-lợi tử! Thị chư pháp không tướng, bất sanh bất diệt, bất cấu bất tịnh, bất tăng bất giảm. Thị cố không trung vô sắc, vô thọ, tưởng, hành, thức; vô nhãn, nhĩ, tị, thiệt, thân, ý; vô sắc, thanh, hương, vị, xúc, pháp; vô nhãn giới, nãi chí vô ý thức giới; vô vô minh, diệc vô vô minh tận; nãi chí vô lão tử, diệc vô lão tử tận; vô khổ, tập, diệt, đạo; vô trí diệc vô đắc.

Dĩ vô sở đắc cố, Bồ-đề-tát-đỏa y Bát-nhã ba-la-mật-đa cố, tâm vô quái ngại, vô quái ngại cố, vô hữu khủng bố, viễn ly điên đảo mộng tưởng, cứu cánh Niết-bàn. Tam thế chư Phật y Bát-nhã ba-la-mật-đa cố, đắc A-nậu-đa-la Tam-miệu Tam-bồ-đề.

Cố tri Bát-nhã ba-la-mật-đa thị đại thần chú, thị đại minh chú, thị vô thượng chú, thị vô đẳng đẳng chú, năng trừ nhất thiết khổ, chân thật bất hư.

Cố thuyết Bát-nhã ba-la-mật-đa chú, tức thuyết chú viết:

Yết-đế, yết-đế, ba-la-yết-đế, ba-la-tăng-yết-đế, Bồ-đề tát-bà-ha. *(3 lần)*

HỒI HƯỚNG

Phúng kinh công đức thù thắng hạnh,

Vô biên thắng phước giai hồi hướng.

Phổ nguyện pháp giới chư chúng sanh,

Tốc vãng vô lượng quang Phật sát.

Nguyện tiêu tam chướng, trừ phiền não,

Nguyện đắc trí huệ chân minh liễu.

Phổ nguyện tội chướng tất tiêu trừ,

Thế thế thường hành Bồ Tát đạo.

Nguyện sanh Tây phương, Tịnh độ trung,

Cửu phẩm liên hoa vi phụ mẫu.

Hoa khai kiến Phật ngộ vô sanh,
Bất thối Bồ Tát vi bạn lữ.
Nguyện dĩ thử công đức,
Phổ cập ư nhất thiết,
Ngã đẳng dữ chúng sanh,
Giai cộng thành Phật đạo.

TAM TỰ QUY Y

Tự quy Phật, đương nguyện chúng sanh, thể giải đại đạo, phát vô thượng tâm.

(1 lạy)

Tự quy y Pháp, đương nguyện chúng sanh, thâm nhập Kinh tạng, trí tuệ như hải.

(1 lạy)

Tự quy y Tăng, đương nguyện chúng sanh, thống lý đại chúng, nhất thiết vô ngại.

(1 lạy)

PHẦN DỊCH NGHĨA
KINH DIỆU PHÁP LIÊN HOA
PHẨM PHỔ MÔN
BỒ TÁT QUÁN THẾ ÂM

(Dao Tần, Tam Tạng Pháp Sư Cưu-ma-la-thập vâng chiếu dịch)

Lúc ấy,[1] Bồ Tát Vô Tận Ý[2] từ chỗ ngồi đứng dậy, vén tay áo bên vai phải, quỳ xuống chắp tay cung kính bạch Phật: "Bạch đức Thế Tôn! Do nhân duyên gì Bồ Tát Quán Thế Âm[3] có danh hiệu ấy?"

Phật dạy Bồ Tát Vô Tận Ý: "Thiện nam tử! Nếu có vô số trăm ngàn vạn ức chúng sanh đang chịu

---

[1] Phẩm Phổ Môn này là phẩm thứ 25 trong kinh Diệu Pháp Liên Hoa, gọi đầy đủ là Quán Thế Âm Bồ Tát Phổ Môn Phẩm, gọi tắt là Phổ Môn Phẩm. Trong khi tụng niệm, Phật tử vẫn thường gọi là kinh Phổ môn. "Lúc ấy" là chỉ cho thời điểm bắt đầu nói phẩm kinh này.

[2] Tiếng Phạn là **Akṣayamati**.

[3] Tiếng Phạn là **Avalokiteśvara**.

đựng các điều khổ não, hết lòng xưng danh hiệu Bồ Tát Quán Thế Âm, Bồ Tát liền lắng nghe theo âm thanh mà giải thoát hết thảy.

"Nếu có người trì niệm danh hiệu Bồ Tát Quán Thế Âm, dù nhảy vào lửa dữ, lửa cũng không thiêu đốt được.

"Nếu bị trôi dạt theo dòng nước lớn, niệm danh hiệu Bồ Tát liền gặp chỗ nước cạn.

"Như có trăm ngàn vạn ức chúng sanh vì muốn tìm vàng bạc, lưu ly, xa cừ, mã não, san hô, hổ phách, các thứ báu vật... liền đi ra biển cả, bỗng có cơn bão lớn xô đẩy thuyền trôi dạt vào cõi quỷ la-sát. Trong số ấy chỉ cần có một người xưng danh hiệu Bồ Tát Quán Thế Âm, thì hết thảy mọi người liền được thoát nạn.

PHẦN DỊCH NGHĨA

"Do nhân duyên như thế nên có danh hiệu là Quán Thế Âm.

"Thiện nam tử! Nếu có người bị kẻ khác đánh hại, niệm danh hiệu Bồ Tát Quán Thế Âm, dao gậy của đối phương liền tự nhiên gãy nát, nhờ đó được thoát nạn.

"Giả sử trong khắp cõi đại thiên thế giới[1] đầy dẫy những loài quỷ dữ Dạ-xoa,[2] La-sát[3] luôn muốn hại người. Nghe xưng danh hiệu Bồ Tát Quán Thế Âm rồi, những loài quỷ ấy chẳng dám lấy mắt dữ nhìn người, huống hồ là làm hại?

---

[1] Đại thiên thế giới: Kinh văn thường dùng Tam thiên đại thiên thế giới để chỉ một đại thiên thế giới. Vì 1.000 thế giới hợp lại thành một tiểu thiên thế giới; 1.000 tiểu thế giới hợp lại thành một trung thiên thế giới; 1.000 trung thiên thế giới hợp lại thành một đại thiên thế giới. Do vậy, mỗi đại thiên thế giới bao gồm 1.000.000.000 thế giới, được nhân bởi ba lần 1.000 (thiên) nên gọi là tam thiên đại thiên thế giới. Khái niệm này thường được hiểu một cách tượng trưng hơn là những số đếm chính xác. Vì thế, đại thiên thế giới ở đây có thể hiểu là đầy khắp mọi nơi, đâu đâu cũng có...

[2] Tiếng Phạn là **Yakkha**.

[3] Tiếng Phạn là **Rākṣasa**.

"Nếu có người bị gông cùm xiềng xích, hoặc có tội, hoặc vô tội, khi xưng danh hiệu Bồ Tát Quán Thế Âm, gông cùm xiềng xích đều tự nhiên tan rã, liền được giải thoát.

"Giả sử khắp trong cõi đại thiên thế giới đầy dẫy giặc cướp. Có một thương chủ cùng những thương nhân khác mang hàng hóa quý giá đi qua quãng đường nguy hiểm. Trong số ấy có một người nói rằng: 'Các vị, xin đừng hoảng hốt. Chúng ta nên hết lòng xưng danh hiệu Bồ Tát Quán Thế Âm. Vị Bồ Tát này thường mang sự an ổn đến cho hết thảy chúng sanh, nếu xưng danh hiệu ngài ắt được khỏi nạn giặc cướp.' Những thương nhân trong đoàn nghe như vậy liền cùng nhau xưng niệm: Nam-mô Quán Thế Âm Bồ Tát. Xưng danh hiệu Bồ Tát rồi, liền được khỏi nạn.

"Vô Tận Ý! Sức oai thần của Bồ Tát Quán Thế Âm mạnh mẽ như thế.

"Nếu có người mê đắm chuyện dâm dục, thường cung kính niệm danh hiệu Bồ Tát Quán Thế Âm, liền xa lìa được sự dâm dục.

"Nếu có người hay nóng giận, thường cung kính niệm danh hiệu Bồ Tát Quán Thế Âm, liền xa lìa được sự nóng giận.

"Nếu có người tâm tánh ngu si, thường cung kính niệm danh hiệu Bồ Tát Quán Thế Âm, liền xa lìa được sự ngu si.

"Vô Tận Ý! Bồ Tát Quán Thế Âm có những oai lực lớn lao như vậy, thường làm lợi ích nhiều người. Vì vậy chúng sanh nên thường niệm tưởng danh hiệu Bồ Tát.

"Nếu có người muốn sanh con trai, cúng dường lễ bái Bồ Tát Quán Thế Âm, liền sanh được con trai có trí huệ, phước đức. Nếu muốn sanh con gái, liền sanh được con gái xinh đẹp, nết na, người người yêu chuộng.

"Vô Tận Ý! Bồ Tát Quán Thế Âm có oai lực như vậy. Nếu ai cung kính lễ bái nhất định được nhiều phước đức. Vì vậy, hết thảy chúng sanh nên thọ trì danh hiệu Bồ Tát.

"Vô Tận Ý! Nếu có người thọ trì danh hiệu các vị Bồ Tát nhiều như số cát sáu mươi hai ức sông Hằng,[1] lại trọn đời dâng cúng các món ăn thức uống, quần áo, giường ghế, thuốc thang. Ý ông nghĩ sao? Người ấy được phước đức nhiều chăng?"

---

[1] Đây là cách nói biểu trưng, cho thấy số lượng rất nhiều. Số cát của một sông Hằng, còn không kể xiết, huống chi đến sáu mươi hai ức sông Hằng?

PHẦN DỊCH NGHĨA

Vô Tận Ý thưa: "Bạch Thế Tôn! Thật là nhiều lắm."

Phật dạy: "Lại có người khác thọ trì danh hiệu Bồ Tát Quán Thế Âm, thậm chí chỉ một lần cúng dường lễ bái. Phước đức hai người ấy so ra chẳng khác gì nhau, trăm ngàn vạn ức kiếp không cùng tận.

"Vô Tận Ý! Thọ trì danh hiệu Bồ Tát Quán Thế Âm được sự lợi ích, phước đức không thể đo lường, không có giới hạn."

Bồ Tát Vô Tận Ý bạch Phật: "Bạch Thế Tôn! Bồ Tát Quán Thế Âm làm thế nào đi khắp thế giới Ta-bà? Làm thế nào để vì chúng sanh thuyết pháp? Dùng sức phương tiện như thế nào?"

Phật dạy Bồ Tát Vô Tận Ý: "Thiện nam tử! Nếu có những cõi nước mà chúng sanh nơi ấy phải dùng thân Phật mới độ thoát được, Bồ Tát Quán Thế Âm liền hóa hiện thân Phật để thuyết pháp.

"Nếu phải dùng thân Phật Bích-chi mới độ thoát được, liền hiện thân Phật Bích-chi thuyết pháp.

"Nếu phải dùng thân Thanh văn mới độ thoát được, liền hiện thân Thanh văn thuyết pháp.

"Nếu phải dùng thân Phạm vương mới độ thoát được, liền hiện thân Phạm vương thuyết pháp.

"Nếu phải dùng thân Đế-thích mới độ thoát được, liền hiện thân Đế-thích thuyết pháp.

"Nếu phải dùng thân Tự tại thiên mới độ thoát được, liền hiện thân Tự tại thiên thuyết pháp.

"Nếu phải dùng thân Đại tự tại thiên mới độ thoát được, liền hiện thân Đại tự tại thiên thuyết pháp.

"Nếu phải dùng thân Thiên đại tướng quân mới độ thoát được, liền hiện thân Thiên đại tướng quân thuyết pháp.

"Nếu phải dùng thân Tỳ-sa-môn mới độ thoát được, liền hiện thân Tỳ-sa-môn thuyết pháp.

"Nếu phải dùng thân tiểu vương mới độ thoát được, liền hiện thân tiểu vương thuyết pháp.

"Nếu phải dùng thân trưởng giả mới độ thoát được, liền hiện thân trưởng giả thuyết pháp.

"Nếu phải dùng thân cư sĩ mới độ thoát được, liền hiện thân cư sĩ thuyết pháp.

"Nếu phải dùng thân tể quan mới độ thoát được, liền hiện thân tể quan thuyết pháp.

"Nếu phải dùng thân bà-la-môn mới độ thoát được, liền hiện thân bà-la-môn thuyết pháp.

"Nếu phải dùng thân tỳ-kheo, tỳ-kheo ni, ưu-bà-tắc, ưu-bà-di mới độ thoát được, liền hiện thân tỳ-kheo, tỳ-kheo ni, ưu-bà-tắc, ưu-bà-di thuyết pháp.

"Nếu phải dùng thân phụ nữ là trưởng giả, cư sĩ, tể quan, bà-la-môn mới độ thoát được, liền hiện thân phụ nữ như vậy thuyết pháp.

"Nếu phải dùng thân đồng nam, đồng nữ mới độ thoát được, liền hiện thân đồng nam, đồng nữ thuyết pháp.

"Nếu phải dùng những thân trời, người, rồng, dạ-xoa, càn-thát-bà, a-tu-la, ca-lầu-la, khẩn-na-la, ma-hầu-la-già... mới độ thoát được, liền hiện thân như vậy thuyết pháp.

"Nếu phải dùng thân thần Chấp kim cang mới độ thoát được,

liền hiện thân thần Chấp kim cang thuyết pháp.

"Vô Tận Ý! Bồ Tát Quán Thế Âm thành tựu những công đức như vậy, hóa hiện đủ các loại hình tướng ở khắp các cõi nước mà độ thoát chúng sanh. Vì vậy, các ông nên hết lòng cúng dường. Bồ Tát Quán Thế Âm trong những lúc nguy cấp tai ương thường mang đến sự an ổn cho chúng sanh, nên cõi Ta-bà này xưng hiệu ngài là bậc Thí Vô Úy."[1]

Bồ Tát Vô Tận Ý bạch Phật: "Thế Tôn! Nay con xin cúng dường Bồ Tát Quán Thế Âm." Liền cởi xâu chuỗi bằng hạt châu anh lạc trị giá trăm ngàn lượng vàng mà dâng lên Bồ Tát Quán Thế Âm, thưa rằng: "Xin ngài nhận lấy món pháp thí trân bảo anh lạc này."

---

[1] Thí Vô Úy: Tiếng Phạn là **Abhayapradāna**, nghĩa là mang lại sự an ổn, không sợ sệt cho người khác.

Bấy giờ, Bồ Tát Quán Thế Âm từ chối không nhận.

Bồ Tát Vô Tận Ý lại thưa: "Xin ngài vì thương tưởng tất cả chúng tôi mà nhận lấy xâu chuỗi anh lạc này."

Phật dạy Bồ Tát Quán Thế Âm: "Nên thương tưởng đến Bồ Tát Vô Tận Ý và Bốn chúng,[1] cùng với các loài trời, người, rồng, dạ-xoa, càn-thát-bà, a-tu-la, ca-lầu-la, khẩn-na-la, ma-hầu-la-già mà thọ nhận chuỗi anh lạc ấy."

Ngay khi đó, Bồ Tát Quán Thế Âm vì lòng thương tưởng đến Bồ Tát Vô Tận Ý và Bốn chúng, cùng với hết thảy các loài trời, rồng, cho đến loài người, loài chẳng phải người... liền thọ nhận chuỗi anh lạc ấy, chia làm hai phần. Một

---

[1] Bốn chúng: Bốn hàng đệ tử của Phật. Đó là tỳ-kheo, tỳ-kheo ni, ưu-bà-tắc và ưu-bà-di.

phần cúng dường đức Phật Thích-ca Mâu-ni, một phần cúng dường tháp Phật Đa Bảo.[1]

"Vô Tận Ý! Bồ Tát Quán Thế Âm có sức thần tự tại hóa hiện khắp cõi thế giới Ta-bà."

Bấy giờ, Bồ Tát Vô Tận Ý đọc kệ thưa hỏi rằng:

"Đức Thế Tôn đủ đầy diệu tướng,
Con nay xin thưa hỏi đôi lần.
Có Bồ Tát tên Quán Thế Âm,
Nhân duyên gì xưng danh hiệu ấy?"

Đức Thế Tôn đủ đầy diệu tướng,
Kệ đáp rằng: "Ông hãy lắng nghe,

---

[1] Tiếng Phạn là **Prabhūtaratna**, dịch âm là Bào-hữu La-lan, dịch nghĩa là Đa Bảo Phật, Bảo Thắng Phật, Đại Bảo Phật, hay Đa Bảo Như lai. Trong phẩm thứ 11 trước đó (phẩm Hiện bảo tháp, kinh Diệu Pháp Liên Hoa), tháp Phật Đa Bảo vừa hóa hiện trước mặt đại chúng, nên Bồ Tát Quán Thế Âm nhân đó cúng dường tháp Phật.

Bồ Tát Quán Thế Âm hạnh nguyện,
Cũng rộng sâu như biển, như trời.
Khéo hóa hiện nơi nơi, chốn chốn,
Trải bao đời dễ biết hết sao?

Từng đối trước muôn ngàn đức Phật,
Phát khởi lời nguyện lớn sạch trong.

Ta nay sẽ vì ông lược nói:
Dù nghe tên hay được thấy người,
Trong tâm niệm tưởng hoài không dứt,
Liền diệt đi khổ nạn muôn phần.

Hoặc có người khởi tâm hãm hại
Đem bỏ vào hầm lửa đốt thiêu.

PHẦN DỊCH NGHĨA

Nhờ sức niệm Quán Âm cứu độ,
Hầm lửa kia liền hóa ao lành.

Hoặc trôi dạt giữa vùng biển cả,
Gặp quỷ, thần, rồng, cá khốn nguy.
Nhờ sức niệm Quán Âm cứu độ,
Sóng dữ kia chẳng thể hại mình.

Hoặc từ trên đỉnh núi Tu-di,
Bị kẻ ác đẩy xô rơi xuống.
Nhờ sức niệm Quán Âm cứu độ,
Như mặt trời lơ lửng hư không.

Hoặc bị kẻ ác tâm rượt đuổi,
Trốn chạy vào tận núi Kim cang.
Nhờ sức niệm Quán Âm cứu độ,
Dù mảy lông chẳng tổn hại gì.

Hoặc gặp phải những phường giặc cướp,
Cầm gậy dao chỉ chực hại người.
Nhờ sức niệm Quán Âm cứu độ,
Giặc cướp kia liền khởi lòng lành.

Hoặc bị nạn vua quan hãm hại,
Chịu thọ hình sắp phải đầu rơi.
Nhờ sức niệm Quán Âm cứu độ,
Đao kiếm liền tự gãy nát ngay.

Hoặc chịu những oan khiên tù ngục,
Phải gông cùm xiềng xích tay chân.
Nhờ sức niệm Quán Âm cứu độ,
Liền tự nhiên được thoát ngục tù.

Hoặc bị những tà ma chú thuật,
Thuốc độc dùng làm hại đến thân.
Nhờ sức niệm Quán Âm cứu độ,
Tai ách kia trả lại cho người.

Hoặc gặp phải nạn tai la-sát,
Với quỷ thần, rồng độc hiểm nguy.
Nhờ sức niệm Quán Âm cứu độ,
Hết thảy đều chẳng hại đến thân.

PHẦN DỊCH NGHĨA

Hoặc bị hại bởi loài thú dữ,
Giương vuốt, nanh đe dọa khiếp hồn.
Nhờ sức niệm Quán Âm cứu độ,
Thú dữ kia liền phải chạy xa.

Hoặc có những rắn, trăn, rết dữ,
Khí độc phun như lửa khói mù.
Nhờ sức niệm Quán Âm cứu độ,
Theo âm thanh liền tự quay về.

Hoặc gặp lúc gió giông sấm dậy,
Mưa ngập trời nước lũ trào dâng.
Nhờ sức niệm Quán Âm cứu độ,
Ngay tức thời hết thảy tiêu tan.

Chúng sanh chịu biết bao khổ nạn,
Bao hiểm nguy bức bách quanh mình.
Sức thần của Quán Âm diệu trí,
Thường cứu nguy bạt khổ thế gian.

Đầy đủ sức thần thông biến hóa,
Lại rộng tu phương tiện trí minh.
Gần xa khắp mười phương cõi nước,
Chẳng nơi nào ngài chẳng hiện thân.

Các đường dữ súc sanh, ngạ quỷ,
Cho đến trong địa ngục khốn cùng.
Bao khổ não sanh, già, bệnh, chết,
Cứu vớt dần hết khổ được vui.

Chỗ niệm tưởng sạch trong, chân thật,
Trí huệ thêm rộng lớn bao la,
Lòng lân mẫn xót thương tất cả,
Khiến người người thường lễ bái ngài.

PHẦN DỊCH NGHĨA

Hào quang ngài sáng trong thanh tịnh,
Như mặt trời phá sạch tối tăm.
Thường trừ được nạn tai gió lửa,
Chiếu soi cùng chốn chốn thế gian.

Thể lòng bi, rền như sấm động,
Diệu ý từ, mây lớn chở che.
Đổ mưa Pháp cam lồ khắp cõi,
Lửa não phiền liền dập tắt ngay.

Tranh giành kiện tụng đến cửa quan,
Hoặc giữa chốn trận tiền run rẩy.
Nhờ sức niệm Quán Âm cứu độ,
Hết thảy điều oán hận lùi xa.

Tiếng vi diệu, nghe lời cầu cứu,
Tiếng cõi trời, như sóng biển dâng.

Vượt xa những âm thanh thế tục,
Nên người người hãy nhớ niệm xưng.

Khi niệm tưởng chớ sanh nghi ngại,
Quán Thế Âm bậc thánh trong lành.
Giữa những chốn nguy nan, ách nạn,
Thường vì người cứu độ chở che.

Đã thành tựu đủ đầy công đức,
Mắt thương yêu nhìn khắp chúng sanh.
Phước tích tụ vô biên như biển,
Khắp trời người nên lễ lạy chung."

Bấy giờ, Bồ Tát Trì Địa từ chỗ ngồi liền đứng dậy, bạch Phật rằng: "Bạch Thế Tôn! Nếu có chúng sanh nào được nghe đến phẩm kinh nói về sức thần thông tự tại hóa hiện khắp mọi nhà của Bồ Tát Quán Thế Âm này, nên biết rằng chỗ công đức của người ấy thật không phải ít."

Khi Phật thuyết phẩm kinh Phổ Môn này rồi, trong chúng hội có tám vạn bốn ngàn chúng sanh đều phát tâm Vô thượng Bồ-đề cầu quả vị Phật.

KINH DIỆU PHÁP LIÊN HOA

PHẨM PHỔ MÔN
BỒ TÁT QUÁN THẾ ÂM

Lời thưa

Trong kinh Pháp Cú, đức Phật dạy rằng: "Pháp thí thắng mọi thí." Thực hành Pháp thí là chia sẻ, truyền rộng lời Phật dạy đến với mọi người. Mỗi người Phật tử đều có thể tùy theo khả năng để thực hành Pháp thí bằng những cách thức như sau:

1. Cố gắng học hiểu và thực hành những lời Phật dạy. Tự mình học hiểu càng sâu rộng thì việc chia sẻ, bố thí Pháp càng có hiệu quả lớn lao hơn. Nên nhớ rằng việc đọc sách còn quan trọng hơn cả việc mua sách.

2. Phải trân quý kinh điển, sách vở in ấn lời Phật dạy. Khi có điều kiện thì mua, thỉnh về nhà để tự mình và người trong gia đình đều có điều kiện học hỏi làm theo. Không nên giữ làm của riêng mà phải sẵn lòng chia sẻ, truyền rộng, khuyến khích nhiều người khác cùng đọc và học theo. Không nên để kinh sách nằm yên đóng bụi trên kệ sách, vì kinh sách không có người đọc thì không thể mang lại lợi ích.

3. Tùy theo khả năng mà đóng góp tài vật, công sức để hỗ trợ cho những người làm công việc biên soạn, dịch thuật, in ấn, lưu hành kinh sách, để ngày càng có thêm nhiều kinh sách quý được in ấn, lưu hành.

Thông thường, việc chi tiêu một số tiền nhỏ không thể mang lại lợi ích lớn, nhưng nếu sử dụng vào việc giúp lưu hành kinh sách thì lợi ích sẽ lớn lao không thể suy lường. Đó là vì đã giúp cho nhiều người có thể hiểu và làm theo lời Phật dạy. Mong sao quý Phật tử khắp nơi đều lưu tâm đóng góp sức mình vào những việc như trên.

TINH YẾU THỰC HÀNH PHÁP THÍ

- *Mua thỉnh kinh sách về đọc, tự mình sẽ được rất nhiều lợi ích.*
- *Chia sẻ, truyền rộng bằng cách cho mượn, biếu tặng kinh sách đến nhiều người thì lợi ích ấy càng tăng thêm gấp nhiều lần.*
- *Đóng góp công sức, tài vật để hỗ trợ công việc biên soạn, dịch thuật, giảng giải, in ấn, lưu hành kinh sách thì công đức lớn lao không thể suy lường, vì có vô số người sẽ được lợi ích từ việc lưu hành kinh sách.*

www.ingramcontent.com/pod-product-compliance
Ingram Content Group UK Ltd.
Pitfield, Milton Keynes, MK11 3LW, UK
UKHW022219230426
12048UKWH00016BA/940